AF448811

മാർക്സിസം കുട്ടികൾക്ക്

marxism kuttikalkku

•

p t bhaskarapanicker

•

first chintha edition
september 2013

•

typesetting
megha

•

published
chintha publishers, thiruvananthapuram

•

cover & illustration
sivan

•

Rights reserved

വിതരണം

ദേശാഭിമാനി ബുക്ക് ഹൗസ്

H O തിരുവനന്തപുരം–695 035
phone: 0471-2303026, 6063026
www.chinthapublishers.com
chinthapublishers@gmail.com

ബ്രാഞ്ചുകൾ

ഹെഡ്ഡാഫീസ് ബ്രാഞ്ച് കുന്നുകുഴി • ഓവർബ്രിഡ്ജ് തിരുവനന്തപുരം • സ്റ്റാച്യു തിരുവനന്തപുരം • കെ എസ് ആർ ടി സി ബസ് സ്റ്റേഷൻ ആലപ്പുഴ • കെ എസ് ആർ ടി സി ബസ് സ്റ്റേഷൻ എറണാകുളം • മച്ചിങ്ങൽ ലെയ്ൻ തൃശൂർ • ഐ ജി റോഡ് കോഴിക്കോട് • മാവൂർ റോഡ് കോഴിക്കോട് • എൻ ജി ഒ യൂണിയൻ ബിൽഡിങ് കണ്ണൂർ • സെൻട്രൽ ബസ് ടെർമിനൽ കോംപ്ലക്സ് താവക്കര കണ്ണൂർ

CO - 1936 / 3286

മാർക്സിസം കുട്ടികൾക്ക്

പി ടി ഭാസ്കരപ്പണിക്കർ

ചിന്ത പബ്ലിഷേഴ്സ്
തിരുവനന്തപുരം-695 035

പി ടി ഭാസ്കരപ്പണിക്കർ

1922 ഒക്ടോബർ 15 ന് പാലക്കാട് ജില്ലയിലെ അടയ്ക്കാപ്പു ത്തൂരിൽ ജനിച്ചു. വിദ്യാഭ്യാസാനന്തരം സ്കൂൾ അധ്യാപ കനായി ജോലി നോക്കി. പിന്നീട് പ്രധാനാധ്യാപകനായി. കമ്യൂണിസ്റ്റ് പാർട്ടിയുടെ സജീവപ്രവർത്തകനായിരുന്നു. പാർട്ടി നിരോധിച്ചിരുന്ന ഘട്ടത്തിൽ ഒളിവിലും ജയിലിലു മായി മൂന്നുവർഷത്തോളം കഴിഞ്ഞു. ആധുനികകേരള രൂപീ കരണത്തിൽ മുഖ്യ പങ്ക് വഹിച്ചിട്ടുണ്ട്. ഗ്രന്ഥശാലാ പ്രസ്ഥാനം, ശാസ്ത്രസാഹിത്യപ്രസ്ഥാനം എന്നിവയുടെ സ്ഥാപകനേതാക്കളിലൊരാളായിരുന്നു. ഇ എം എസ് മന്ത്രി സഭയിലെ വിദ്യാഭ്യാസമന്ത്രി ജോസഫ് മുണ്ടശ്ശേരിയുടെ സെക്രട്ടറിയായിരുന്നു. 1959 മുതൽ 1965 വരെ കേരള പബ്ലിക് സർവീസ് കമ്മീഷൻ അംഗമായിരുന്നു. 1969 മുതൽ 1971 വരെ *വിശ്വവിജ്ഞാനകോശ*ത്തിന്റെ എഡിറ്ററായി പ്രവർത്തിച്ചു. 1971 മുതൽ 1974 വരെ ഗ്രന്ഥശാലാസംഘം അധ്യക്ഷനായിരുന്നു. *വിദ്യാലോകം, ശാസ്ത്രഗതി, ശാസ്ത്ര കേരളം, പുസ്തകസമീക്ഷ* തുടങ്ങിയ പ്രസിദ്ധീകരണങ്ങ ളുടെ എഡിറ്ററായിരുന്നു.

നിരവധി ശാസ്ത്ര സാഹിത്യഗ്രന്ഥങ്ങൾ രചിച്ചിട്ടുണ്ട്. 1997 ഡിസംബർ 30 ന് അന്തരിച്ചു.

ഉള്ളടക്കം

പ്രസാധകക്കുറിപ്പ്   7

എന്താണ് മാർക്സിസം?   9

സ്വത്തും സർക്കാരും   12

ജന്മിയും കുടിയാനും   16

പണിമുടക്ക്   20

ഇൻക്വിലാബ് സിന്ദാബാദ്   23

മുതലാളിത്തം   26

പുതിയ ശാസ്ത്രം   29

ശാസ്ത്രീയ സോഷ്യലിസം   32

ഇന്ത്യയിൽ ചെങ്കൊടി   35

വിപ്ലവകാരി   38

പ്രസാധകക്കുറിപ്പ്

മലയാളികൾക്ക് ശാസ്ത്രീയബോധം പകരുന്നതിൽ അഗ്ര ഗണ്യനായിരുന്നു പി ടി ഭാസ്കരപ്പണിക്കർ. ഒട്ടേറെ ശാസ്ത്ര-വൈ ജ്ഞാനിക ഗ്രന്ഥങ്ങൾ അദ്ദേഹത്തിന്റെതായി പുറത്തു വന്നിട്ടുണ്ട്. കുട്ടികൾക്കായി അദ്ദേഹം രചിച്ച ഒമ്പതു പുസ്തകങ്ങൾ ചിന്ത പുറത്തിറക്കുന്നു.

കുട്ടികളുടെ മാർക്സ്, കുട്ടികളുടെ ലെനിൻ, കുട്ടികളുടെ എംഗൽസ്, മാർക്സിസം കുട്ടികൾക്ക്, ഭൗതികവാദം കുട്ടികൾക്ക്, തത്വശാസ്ത്രം കുട്ടികൾക്ക്, ശരീരശാസ്ത്രം കുട്ടികൾക്ക്, ചരിത്ര ശാസ്ത്രം കുട്ടികൾക്ക്, പ്രകൃതിശാസ്ത്രം കുട്ടികൾക്ക് എന്നിവ യാണാ പുസ്തകങ്ങൾ.

1970 കളുടെ മധ്യത്തിലാണ് ഈ പുസ്തകങ്ങൾ ആദ്യമായി പുറത്തിറങ്ങുന്നത്. ചരിത്രത്തിന്റെ കുത്തൊഴുക്കിൽ പല രാജ്യങ്ങളും സ്ഥലങ്ങളും അതേ പേരിൽ ഇന്നു നിലവിലുണ്ടാവില്ല. ശാസ്ത്ര വിഷയങ്ങളിൽ കൂടുതൽ പുരോഗതി കൈവരിച്ചിട്ടുണ്ട്. എന്നിട്ടും ഈ പുസ്തകത്തിലെ മുഖ്യപ്രമേയങ്ങൾക്ക് കാതലായ മാറ്റം വന്നി ട്ടില്ല. പി ടി ഭാസ്കരപ്പണിക്കർ ജീവിച്ചിരുന്നുവെങ്കിൽ അദ്ദേഹം തന്നെ തന്റെ കൃതികൾ കാലാനുസൃതമായി നവീകരിക്കുമായിരു ന്നു. അനൗചിത്യമാകുമെന്നതിനാൽ ഞങ്ങൾ അതിനു മുതിരുന്നില്ല. ഈ പുസ്തകങ്ങളുടെ ചിന്ത പതിപ്പ് കുട്ടികൾക്കായി പുറത്തിറക്കു ന്നതിൽ സന്തോഷമുണ്ട്.

ചിന്ത പബ്ലിഷേഴ്സ്

1
എന്താണ് മാർക്സിസം?

നാം ജീവിക്കുന്നത് സോഷ്യലിസത്തിന്റെ യുഗത്തിലാണ്. ഇതിനർഥം ഇവിടെ സോഷ്യലിസം വന്നു എന്നല്ല. ഇന്ത്യയിൽ മുതലാളിത്തമാണുള്ളത്; നാട്ടിൻപുറങ്ങളിൽ നാടുവാഴിത്തവും. പണ്ട് ഇവിടെ അടിമത്തവും നിലവിലുണ്ടായിരുന്നു. ഇന്നും അതിന്റെ ചില അടയാളങ്ങൾ ബാക്കി നിൽക്കുന്നുണ്ട്. അതിലും പഴയ ഗോത്രജീവിതവും ചില ആദിവാസികളിൽ കാണാം.

'മാനുഷരെല്ലാരുമൊന്നുപോലെ' കഴിഞ്ഞിരുന്ന 'മാവേലി നാടി"നെപ്പറ്റി നാം പാടുന്നു. നമ്മുടെ ഓണക്കാലം മാവേലിനാ ടിനെ ഓർമിപ്പിക്കുന്നു.

അങ്ങനെയൊരു കാലം ഉണ്ടായിരുന്നുവോ? എല്ലാവരും ഒരു പോലെ കഴിഞ്ഞിരുന്ന ഒരു കാലം ഉണ്ടായിരുന്നു. പിന്നീടാണ്, അതിന്റെ സ്ഥാനത്ത് അടിമകളും യജമാനന്മാരും വന്നത്. അതോ ടുകൂടി സ്വത്തവകാശവും വന്നു.

അടിമകളെക്കൊണ്ട് തല്ലി പണിചെയ്യിക്കും. എന്തെങ്കിലും ആഹാരം കൊടുത്താലായി. ചിലപ്പോൾ അവരെ കൊല്ലാൻ പോലും യജമാനന്മാർക്ക് അവകാശമുണ്ടായിരുന്നു. യജമാനന്മാ രുടെ സ്വത്തായിരുന്നു അടിമകൾ.

പത്തുമൂവായിരം കൊല്ലംമുമ്പ് അടിമത്തം ലോകത്തിൽ വളർന്നു. കാടുകൾ വെട്ടിത്തെളിക്കാനും കണ്ടം കിളച്ചുകൊടു

ക്കാനും കൃഷിനടത്താനും കന്നുകാലി വളർത്താനും അടിമകളെ യജമാനന്മാർ ധാരാളം ഉപയോഗിച്ചു. ഈജിപ്തിലെ പിരമിഡു കൾ ഉണ്ടാക്കിയത് ഇത്തരം അടിമകളാണ്.

അതിനിടയിൽ സ്പാർട്ടക്കസ് എന്നൊരു നേതാവ് അടിമ കളെ യജമാനന്മാർക്ക് എതിരായി സംഘടിപ്പിച്ചു. സമരം ചെയ്തു. യജമാനന്മാർക്ക് കലിമൂത്തു. അടിമകളെ എന്നുമെന്നും കീഴൊ തുക്കിനിർത്താനാവില്ലെന്ന് യജമാനന്മാർ മനസിലാക്കി. അവരെ

മർദിച്ചൊതുക്കിനിർത്താൻ ഭരണകൂടമുണ്ടാക്കി.

മനുഷ്യർ ഒറ്റയ്ക്കല്ല ജീവിക്കുന്നത്. മനുഷ്യൻ സമൂഹജീ വിയാണ്. സമൂഹത്തിന്റെ കൂടെയാണ് മനുഷ്യനും വളരുന്നത്.

സമൂഹം വളരുന്നതെങ്ങനെയാണ്? മനുഷ്യൻ ജീവിതത്തി നിടയിൽ തന്റെ ചുറ്റുപാടുകളെ മാറ്റുന്നു. പ്രകൃതിയിലുള്ള സാധ നങ്ങൾ ഉപയോഗിക്കുന്നു. കൃഷിചെയ്യുന്നു. വട്ടിയും കുട്ടയും ഉണ്ടാക്കുന്നു. മൺപാത്രങ്ങളും കുടിലുകളും ഉണ്ടാക്കുന്നു. കയർ പിരിക്കുന്നു. നൂൽ നൂൽക്കുന്നു. തുണിനെയ്യുന്നു.

മറ്റു ജന്തുക്കളും മനുഷ്യനും തമ്മിലുള്ള വ്യത്യാസം ഇതാ ണ്. ആൾക്കുരങ്ങും ആദ്യത്തെ മനുഷ്യനും ആകൃതിയിൽ ഏക ദേശം ഒരുപോലെയായിരുന്നു. പക്ഷേ കല്ലും വടിയും കയറും ഉപയോഗിക്കാൻ മനുഷ്യൻ പഠിച്ചു. തനിക്കാവശ്യമായ പലതരം കരുക്കളും അയാൾ ഉണ്ടാക്കി ഉപയോഗിച്ചു.

ശിലായുഗമെന്നും വെങ്കലയുഗമെന്നും ചരിത്രത്തെ ഭാഗി ക്കുന്നു. കല്ലുകൊണ്ടുള്ള കരുക്കളാണ് ശിലായുഗത്തിൽ ഉപ യോഗിച്ചിരുന്നത്. അക്കാലത്തെ കല്ലായുധങ്ങൾ കുഴിച്ചെടുത്തി ട്ടുള്ളത് പല സ്ഥലത്തും കാണാം. കൂർത്ത കല്ലുകൾ, കൽക്കോ ടാലികൾ എന്നിവയായിരുന്നു അന്നത്തെ മനുഷ്യൻ ഉപയോഗിച്ച ആയുധങ്ങൾ. പിന്നീട് അവയെ പരിഷ്കരിച്ചു. പുതിയ ഉപകര ണങ്ങൾ ഉണ്ടാക്കി. തീ കണ്ടുപിടിച്ചതോടെ ഓടുകൊണ്ടുള്ള സാധനങ്ങളുണ്ടാക്കി. പിന്നീട് ഇരുമ്പും ഉപയോഗിക്കാൻ തുട ങ്ങി. അമ്പും വില്ലും കുന്തവും ഉപയോഗിച്ച് വേട്ടയാടി. കാട്ടുജ ന്തുക്കളിൽനിന്ന് മനുഷ്യനെ രക്ഷിച്ചതും ഈ പുതിയ ആയുധ ങ്ങളാണ്.

മർദിതരായ ജനസമൂഹങ്ങളുടെയും അധ്വാനിക്കുന്ന വർഗങ്ങളുടെയും വളർച്ചയിൽനിന്നുണ്ടായ ശാസ്ത്രമാണ് മാർക്സിസം. ജർമനിയിൽ ജനിച്ച കാൾമാർക്സും ഫ്രെഡറിക് എംഗൽസും ആണ് ഇതിന്റെ സ്ഥാപകർ. മാർക്സിൽനിന്നാണ് മാർക്സിസം എന്ന പേരുണ്ടായത്.

2
സ്വത്തും സർക്കാരും

നമുക്കെല്ലാം കുടുംബങ്ങളുണ്ട്. അച്ഛൻ, അമ്മ, മക്കൾ. അല്ലെങ്കിൽ അമ്മാമൻ, മരുമക്കൾ. ഓരോ കുടുംബവും കൃഷി ചെയ്യാൻ തുടങ്ങി. അല്ലെങ്കിൽ വേട്ടയാടി. കുടുംബത്തലവൻ അച്ഛനോ അമ്മയോ അമ്മാമനോ ജ്യേഷ്ഠനോ ആയിരിക്കും. കുട്ടികൾ കുടുംബത്തിൽനിന്നു പലതും പഠിക്കുന്നു.

എന്നാൽ ഒരുകാലത്ത് ഇന്നത്തെപ്പോലുള്ള കുടുംബം ഉണ്ടാ യിരുന്നില്ല. ഗോത്രങ്ങളായിട്ടാണ് അന്നു മനുഷ്യൻ കഴിഞ്ഞത്. ഗോത്രത്തലവന്മാരും കാരണവന്മാരും ഉണ്ടായിരുന്നു. അവർ ഗോത്രത്തിന്റെ കാര്യങ്ങളെല്ലാം ഒന്നിച്ചാണ് കണ്ടിരുന്നത്. ഗോത്ര വ്യവസ്ഥ ഇന്നും ഇന്ത്യയിൽ പല ഗിരിജനങ്ങളിലും കാണാം.

കൂട്ടായി വേട്ടയാടിക്കിട്ടിയത് എല്ലാവരുംകൂടി ഭക്ഷിക്കും. ഭൂമി ആരുടേയും സ്വകാര്യസ്വത്തല്ലായിരുന്നു അന്ന് — എല്ലാവരു ടേയും കൂടിയായിരുന്നു. ആർക്കും വിത്തിടാം, വിള കൊയ്യാം. പഴയ ഒരുതരം കമ്യൂണിസം അന്നു നിലവിലുണ്ടായിരുന്നു. പക്ഷേ, പിന്നീട് സ്ഥിതി മാറി. ഇതിനെ പ്രാകൃതകമ്യൂണിസം എന്നുപറയുന്നു.

സ്വകാര്യസ്വത്തുണ്ടായതോടെ, ഇത് എന്റെയാണ്, ഇതു നിന്റെയാണ് എന്ന നില വന്നു. അടിമകൾ തന്റെ സ്വത്താണെന്ന് യജമാനന്മാർ കരുതി. അടിമകളെ വിൽക്കുകയും വാങ്ങുകയും

ചെയ്തു. അതുപോലെ അടിമകൾ ഉണ്ടാക്കിയ സാധനങ്ങൾ അതാത് യജമാനന്മാരുടെ സ്വത്തായിത്തീർന്നു. അവരതും വിറ്റു. സാധനങ്ങൾ കൈമാറാൻ തുടങ്ങിയതോടെ കച്ചവടം വളർന്നു. കൊള്ളലും കൊടുക്കലുമാണല്ലോ കച്ചവടം.

മാർക്സിസത്തിന്റെ സ്ഥാപകനായ കാൾ മാർക്സിന്റെ ഉറ്റതോഴനായിരുന്നു ഫ്രെഡറിക് എംഗൽസ്. എംഗൽസ്, മനു

ഷ്യസമൂഹത്തിന്റെ വളർച്ചയെപ്പറ്റി പഠിച്ചു. കിട്ടിയ പുസ്തകങ്ങ ളെല്ലാം വായിച്ചു. സ്വകാര്യസ്വത്തില്ലാത്ത ഒരു കാലം ഉണ്ടായി രുന്നുവെന്ന് എംഗൽസ് കണ്ടുപിടിച്ചു. അന്നു ഭൂമിയും അതിലെ വിഭവങ്ങളും എല്ലാവരുടെയും കൂടിയായിരുന്നു— ഒരാളുടെ സ്വ ന്തമായിരുന്നില്ല എന്നു കണ്ടുപിടിച്ചു. ഇതാണ് കമ്യൂണിസം— പൊതു ഉടമ. സ്വകാര്യസ്വത്തില്ലാത്ത സ്ഥിതി.

സ്വത്ത് എങ്ങനെ ഉണ്ടായി? മനുഷ്യന്റെ അധ്വാനത്തിൽനി ന്ന്. അത് ഒരാൾക്കു മാത്രമുള്ളതാണോ? അല്ല. ഒരാളുടെ അധ്വാ നത്തെ മറ്റൊരാൾ ഉപയോഗിക്കുന്നത് ഏറ്റവും വലിയ തെറ്റാ ണ്. അതാണ് ചൂഷണം.

മനുഷ്യനും മൃഗങ്ങളും തമ്മിലുള്ള വ്യത്യാസം, കൈകൾകൊണ്ടും ബുദ്ധികൊണ്ടും പണിചെയ്യാൻ മനുഷ്യനു കഴിയും എന്നുള്ളതാണ്. മൃഗങ്ങൾക്ക് തൊഴിൽചെയ്യാൻ വയ്യ. കലപ്പയും കൈക്കോട്ടും പിടിച്ച് മനുഷ്യൻ പണിചെയ്യുന്നു. മഹർഷിമാർ ഗുഹകളിൽ ഇരുന്ന് മനുഷ്യജീവിതത്തെപ്പറ്റി ആലോചിക്കുന്നു. കവികൾ പാട്ടുണ്ടാക്കുന്നു. തൊഴിലെടുക്കാൻ തുടങ്ങിയതോടെ മനുഷ്യസംസ്കാരവും വളരാൻ തുടങ്ങി — പലവഴിക്ക്.

അധ്വാനശക്തി ചൂഷണംചെയ്യണം. സ്വകാര്യസ്വത്ത് നില നിർത്തണം. അതിനെന്തു വഴി? അടിമകളെ സ്വന്തം വരുതിയിൽ നിർത്താനും സ്വത്ത് സംരക്ഷിക്കാനും പറ്റിയ ചില സമ്പ്രദായ ങ്ങൾ യജമാനന്മാർ ഉണ്ടാക്കി. പേടിപ്പിച്ചുനോക്കി. തെറ്റു ചെയ്താൽ കടുത്ത ശിക്ഷ കൊടുത്തു. അങ്ങനെയാണ് നിയമ ങ്ങൾ വരുന്നത്. ചാട്ടവാറുകൊണ്ട് അടിക്കാം. ചങ്ങലയ്ക്കിടാം. തടവിലിടാം. ചുറ്റും കാവൽക്കാരെ നിർത്താം. അനുസരിക്കാ ത്തവരെ മുക്കാലിയിൽ പിടിച്ചുകെട്ടാനും വേണമെങ്കിൽ കഴു മരത്തിൽ കയറ്റാനും എല്ലാം നിയമം വന്നു. നിയമത്തിന്റെ അടി സ്ഥാനം മനുഷ്യരെ ഒതുക്കിനിർത്തുക എന്നതായിരുന്നു.

മേലാളനെ അനുസരിക്കണം. യജമാനനെ ബഹുമാനിക്ക ണം. അടിമകൾ പഠിക്കരുത്, നല്ല വസ്ത്രം ധരിക്കരുത്, നല്ല ഭാഷ പറയരുത്. യജമാനന്മാർക്കുള്ള സൗകര്യങ്ങളൊന്നും അവർക്കു വേണ്ട. തൊഴുത്തിലെ കാലികളെപ്പോലെ അടിമകൾ

ജീവിച്ചു. ഇവരെ അമർത്തിനിർത്താനുള്ള ശക്തി—ഭരണകൂടം യജമാനനു കൊടുത്തു. ഭരണകൂടം മർദ്ദിക്കാനുള്ള ഉപകരണമായി. ഇന്നും അത് അങ്ങനെതന്നെ. ഓരോ കാലത്തും ഓരോ വർഗത്തിനാവും ഭരണകൂടത്തിൽ ശക്തി. ഇപ്പോൾ മുതലാളിക്കാണു ബലം. ഒരുകാലത്ത് രാജാവിനും ജന്മികൾക്കുമായിരുന്നു അധികാരമെല്ലാം.

3

ജന്മിയും കുടിയാനും

'ജന്മിത്വം നശിപ്പിക്കും' എന്നാണ് കർഷകസഭയുടെ മുദ്രാ വാക്യം. പാടത്ത് പണിചെയ്യുന്ന കൃഷിക്കാരൻ നെല്ലുണ്ടാക്കി യാൽ പോരാ, ജന്മിക്ക് പാട്ടം കൊടുക്കണം. ഭൂമി ജന്മിയുടേതാ ണ്. പാട്ടം കൊടുത്താൽമാത്രം പോരാ. ജന്മിയുടെ മുമ്പിൽ നല്ല നല്ല സാധനങ്ങൾ കാഴ്ചവയ്ക്കണം. തന്റെ വീട്ടുകാര്യ ങ്ങൾപോലും ജന്മിയോടു പറഞ്ഞ് സമ്മതം വാങ്ങണം. ഇതാ യിരുന്നു നില.

ഇതിനെ നാടുവാഴിത്തം എന്നുപറയുന്നു. കുറച്ചുകൊല്ല ങ്ങൾക്കുമുമ്പ്, കേരളത്തിലെ ഗ്രാമങ്ങളിൽ 'ഹോ, ഹോ' എന്നും കേൾക്കാമായിരുന്നു. എന്താണത്? ജന്മിയുടെ വരവാണ്. രാപ്പ കൽ പണിയെടുത്ത് ജന്മിയെ തീറ്റിപ്പോറ്റുന്നവരെ ജന്മിയുടെ മുമ്പിൽ കാണരുത്. അവർ ദൂരെ മാറി പോകണം. 'ഹോ' എന്ന ശബ്ദം കേട്ടാൽ പണിയെടുക്കുന്ന, കറുത്ത തൊലിയുള്ള, കർഷ കത്തൊഴിലാളി ഓടിമാറണം. ചെത്തുകാരൻ മാറിപ്പോകണം. ആശാരിയും കൊല്ലനും വഴിമാറണം. അല്ലെങ്കിൽ ജന്മി അയി ത്തമാവും. ജന്മിയെ തീണ്ടുന്നത് കുറ്റമാണ്, പാപമാണ്. ഇതാ യിരുന്നു നില. ഇതാണ് തമ്പുരാൻവാഴ്ച.

സാധാരണക്കാർ തൊട്ടുകൂടാത്തവരും തീണ്ടിക്കൂടാത്തവരു മായിരുന്നു. പണിയെടുത്തു നാടിനെ വളർത്തുന്ന കൃഷിക്കാർ,

ഇതൊക്കെ ശരിയാണെന്ന് വളരെക്കാലം കരുതി. 'തിരുവായ്ക്കെ തിർവായില്ലെ'ന്നായിരുന്നു അവരുടെ വിശ്വാസം. തമ്പുരാക്കന്മാർ കൽപ്പിച്ചാലതു കേൾക്കണം. അവരുടെ കൈയിലാണ് നിയമവും ശക്തിയും. അവരുണ്ടാക്കിയ നാട്ടാചാരപ്രകാരം നടക്കണം. ആയിരക്കണക്കിന് വർഷങ്ങളിലെ സ്ഥിതി ഇതായിരുന്നു. ഭര ണകൂടം നാടുവാഴികളുടെ കൈയിലായിരുന്നതിനാൽ ഇതൊക്കെ ജനങ്ങളെക്കൊണ്ട് അനുസരിപ്പിക്കാനും കഴിഞ്ഞു.

അമ്പലത്തിൽ അയിത്തക്കാർക്കു കടന്നുകൂടാ. വഴിനടന്നു കൂടാ. ഞാനെന്നു പറയരുത്. 'അടിയൻ' എന്നു പറയണം. വെളുത്ത മുണ്ട് ഉടുക്കരുത്. ജന്മികുടുംബങ്ങളിലുള്ളവർക്കേ വലിയ വെളുത്തമുണ്ട് ഉടുക്കാവൂ. പണിയെടുക്കുന്നവരും താണ'ജാതി'ക്കാരും മുട്ടുമറയാത്തവിധം മുണ്ടുടുക്കണം. ഓച്ഛാ നിച്ചുനിൽക്കണം. ഇതൊക്കെയായിരുന്നു നാട്ടാചാരങ്ങൾ. വള രെക്കാലം ആളുകൾ ഇതൊക്കെ സഹിച്ചു.

പക്ഷേ, ഇതിനെതിരായി ജനങ്ങൾ സംഘടിച്ചു. അയിത്ത ത്തിനെതിരായി, വഴിനടക്കാനായി, പാട്ടം കുറയ്ക്കാനായി സമ രങ്ങൾ നടന്നു. പഴയ നിയമങ്ങൾ മാറണം. ജന്മിത്വം നശിക്ക ണം. അതിന്റെ സ്ഥാനത്ത് നാട്ടിൻപുറത്ത് പുതിയ നിയമങ്ങൾ വരണം. ഇതായിരുന്നു അവരാവശ്യപ്പെട്ടത്. തങ്ങളും മനുഷ്യ രാണെന്ന ബോധം അവർക്കുണ്ടായി.

നാടുവാഴിത്തത്തിനെതിരായി കൃഷിക്കാർ നടത്തിയ സമര ത്തിൽനിന്ന് 'കൃഷിഭൂമി കൃഷിക്കാർക്ക്' എന്ന ആശയം വളർന്നു വന്നു. കർഷകസംഘങ്ങൾ വന്നു. ജന്മിക്കെതിരായ സമരങ്ങൾ നടന്നു. അയിത്തത്തിനെതിരായ സമരങ്ങൾ നടന്നു. മനുഷ്യത്വ ത്തിനുവേണ്ടി സമരം നടന്നു. മാറ്റങ്ങൾ വന്നുതുടങ്ങി. വലുതും ചെറുതുമായ മാറ്റങ്ങൾ.

പെട്ടെന്നൊരുദിവസംകൊണ്ടല്ല ഇതൊക്കെ നടന്നത്. നൂറ്റാ ണ്ടുകൾതന്നെ വേണ്ടിവന്നു. തങ്ങളും മനുഷ്യരാണെന്ന ബോധം ജനങ്ങളിലുണ്ടാവാൻ കാലം കുറെ പിടിച്ചു. മനുഷ്യരെപ്പോലെ കഴിയാൻ അവർ ആഗ്രഹിച്ചു. പക്ഷേ ആഗ്രഹംകൊണ്ടുമാത്ര മായില്ല. അതിനുള്ള കഴിവും കരുത്തും നേടണമല്ലോ. അതിനു സംഘടന വേണം, നേതാക്കൾ വേണം.

അടിമകൾ യജമാനർക്കെതിരെ പൊരുതിയപോലെ കുടിയാ
ന്മാർ ജന്മികളെ എതിർത്തു. തമ്പുരാക്കന്മാർക്കെതിരെ പണി
യെടുക്കുന്നവർ സംഘടിച്ചു. സമൂഹം പുരോഗമിക്കുകയായിരു
ന്നു. സമൂഹം മുന്നേറുന്നത് മനുഷ്യപ്രയത്നംകൊണ്ടാണ്. എല്ലാം
തന്നെത്താൻ നടക്കും എന്ന ധാരണ നാം വിടണം.

താണവരെന്നും ഉയർന്നവരെന്നും മനുഷ്യരെ തരംതിരിച്ച
തായിരുന്നു ഇന്ത്യയിലെ നാടുവാഴിത്തത്തിന്റെ പ്രത്യേകത.
അതിന് അവർ വേദവും വേദാന്തവും പറഞ്ഞു. മഹർഷിമാർ
എഴുതിയത് വ്യാഖ്യാനിച്ചു. ജന്മംകൊണ്ട് ബ്രാഹ്മണനും ക്ഷത്രി
യനും വൈശ്യനും ശൂദ്രനും ഉണ്ടെന്നവർ കരുതി. അന്നത്തെ
ആവശ്യത്തിന് ഇതെല്ലാം ഉണ്ടായി. ഇന്നത്തെ ആവശ്യത്തിനി
തൊന്നും വേണ്ട.

വർഗസമരം എന്തെന്ന് നേരിട്ടുതന്നെ നാട്ടുകാർ മനസിലാ
ക്കി. ഉള്ളവനും ഇല്ലാത്തവനും മർദകനും മർദിതനും ചൂഷകനും
ചൂഷിതനും എങ്ങനെ ഉണ്ടായി എന്ന് അവർ നേരിട്ടു കണ്ടു.
ജന്മിയും തമ്പുരാനും മേൽജാതിക്കാരും സാധാരണക്കാരെ ചൂഷ
ണംചെയ്യുന്ന സ്ഥിതി ഇന്ത്യയിലും കേരളത്തിലും ഇന്നും ഉണ്ട്.
ഇവയൊക്കെ നമുക്കില്ലാതാക്കാം. അതിനുള്ള സമരങ്ങൾ നട
ത്താം.

4
____

പണിമുടക്ക്

"ഫാക്ടറിയിൽ പണിമുടക്കാണ്."

"എന്താണു കാര്യം?"

"കൂലിക്കൂടുതൽ ചോദിച്ചു. മുതലാളി കൊടുക്കില്ലെന്നു പറ
ഞ്ഞു. അപ്പോൾ യൂണിയൻ പണിമുടക്കാൻ തീർച്ചയാക്കി."

കൃഷ്ണനും മുഹമ്മദും തമ്മിൽ സംസാരിക്കുകയാണ്.
സ്കൂളിലേക്കു പോകുംവഴി. അവർ പത്താംക്ലാസിൽ പഠിക്കു
ന്നു.

മുതലാളിക്കെതിരായി, കൂലിക്കു വേണ്ടിയാണ് തൊഴിലാളി
കൾ പണിമുടക്കുന്നത്.

ക്ലാസിൽ സാമൂഹ്യപാഠങ്ങൾ പഠിക്കുകയാണ്.

"ക്യൂബയിൽ പണിമുടക്കമില്ലാത്തതെന്താ?" മുഹമ്മദ് അധ്യാ
പകനോടു ചോദിച്ചു. "ഇംഗ്ലണ്ടിലും അമേരിക്കയിലും ജപ്പാനിലും
പണിമുടക്കമുണ്ട്. അതെന്തുകൊണ്ടാണ്?"

'അമേരിക്കയും ജപ്പാനും ഇംഗ്ലണ്ടും മുതലാളിത്തരാജ്യങ്ങ
ളാണ്. അവിടെ തൊഴിലാളികളല്ല, മുതലാളികളാണ് ഭരണം നട
ത്തുന്നത്.' ഇതൊക്കെ കേട്ടപ്പോൾ കൃഷ്ണനു സംശയമായി.

"ഇന്ത്യ മുതലാളിത്തരാജ്യമോ സോഷ്യലിസ്റ്റ് രാജ്യമോ?"

ഇവിടെ ടാറ്റയും ബിർളയുമില്ലേ? കായൽ രാജാക്കന്മാരില്ലേ?
തോട്ടമുടമകളില്ലേ? വളരെയേറെ ഫാക്ടറികൾ മുതലാളിമാരുടെ

കൈയിലല്ലേ?

ആരാണ് ടാറ്റയും ബിർളയും? ഇവരാണ് കുത്തകക്കാർ. ഇന്ത്യയിൽ ഇങ്ങനെ നിരവധി കമ്പനികൾ കുത്തകക്കാരായുണ്ട്. ഇവർക്ക് സർക്കാരിനെ പാട്ടിലാക്കാൻ കഴിയും. സർക്കാരിന്റെ പുരോഗമനാശയങ്ങളെ തോൽപ്പിക്കാനും ഇവർക്കു കഴിയും. മുതലാളിത്തംതന്നെ ചീത്തയാണ്; അതിനേക്കാൾ ചീത്തയാണ് കുത്തകമുതലാളിത്തം. ഇന്ത്യയെ വഷളാക്കുന്നത് ഈ

കുത്തകക്കാരാണ്. കുത്തകക്കാർ ചെറിയ മുതലാളിമാരെപ്പോലും ദ്രോഹിക്കുന്നു — കുട്ടികൾ സംഭാഷണം തുടർന്നു:

"പണിമുടക്കങ്ങൾ എല്ലായ്പോഴും കൂലിക്കൂടുതലിനു മാത്ര മാണോ?" - കൃഷ്ണന്റെ സംശയം.

"അല്ല. ചിലപ്പോൾ രാഷ്ട്രീയകാര്യങ്ങൾക്കും തൊഴിലാളി കൾ പണിമുടക്കും."

"രാഷ്ട്രീയകാര്യങ്ങൾക്ക് തൊഴിലാളികൾ പണിമുടക്കരു തെന്ന് ചില പത്രങ്ങൾ എഴുതുന്നുണ്ടല്ലോ; മുഹമ്മദിന്റെ അഭി പ്രായമെന്താണ്?"

"തൊഴിലാളികൾ മുതലാളിക്കെതിരായി മാത്രമല്ല സമരം ചെയ്യുന്നത്. മുതലാളിത്തം മാറ്റി തൊഴിലാളികളുടെ ഭരണം ഉണ്ടാ ക്കണം; ഇതും അവരുടെ ആവശ്യമാണ്. അതിനായിട്ടുള്ള പണി മുടക്കങ്ങളും സമരങ്ങളും തൊഴിലാളികൾ നടത്തുന്നു. മുതലാ ളിത്തത്തെ തൊഴിലാളികൾ നേരിടുന്നത് ഇങ്ങനെയാണ്."

"തൊഴിലാളിക്ക് ഇതിന് എങ്ങനെ ശക്തി കിട്ടുന്നു?"

"അതിനാണ് തൊഴിലാളിയൂണിയൻ; യൂണിയനുകൾക്ക് അഖിലേന്ത്യാ ട്രേഡ്യൂണിയൻ സംഘടനയുമുണ്ട്."

"യൂണിയന് എങ്ങനെ ഇതിനൊക്കെ നേതൃത്വം കിട്ടുന്നു?"

"അതിനാണു പാർട്ടി. കമ്യൂണിസ്റ്റ് പാർട്ടി എന്നു കേട്ടിട്ടു ണ്ടോ? തൊഴിലാളികളുടെ രാഷ്ട്രീയപ്പാർട്ടിയാണ് കമ്യൂണിസ്റ്റ് പാർട്ടി. തൊഴിലാളിസമരങ്ങൾ സംഘടിപ്പിക്കേണ്ടത് പാർട്ടിയാ ണ്. എന്റെ ബാപ്പ കമ്യൂണിസ്റ്റുകാരനാണ്; ഞാനും."

"കമ്യൂണിസ്റ്റുപാർട്ടിയിൽ തൊഴിലാളികളല്ലാത്തവരില്ലേ?"

"ഉണ്ട്. പക്ഷേ, പ്രധാനമായും തൊഴിലാളിവർഗത്തിന്റെ രാഷ്ട്രീയപ്പാർട്ടിയാണ് കമ്യൂണിസ്റ്റു പാർട്ടി. മുതലാളിത്തത്തിനെ തോൽപ്പിക്കാൻ തൊഴിലാളികൾക്കു കഴിയണമെങ്കിൽ കമ്യൂണി സ്റ്റുപാർട്ടി ശക്തിപ്പെടണം."

5

ഇൻക്വിലാബ് സിന്ദാബാദ്

അതാ ഒരു ജാഥ വരുന്നു. പത്തിരുപതു പേർ ചുവന്ന കൊടി കളും പിടിച്ച് വരുന്നു. മുദ്രാവാക്യം വിളിക്കുന്നുണ്ട്. ഇടയ്ക്കിടെ "ഇൻക്വിലാബ് സിന്ദാബാദ്" എന്നും വിളിക്കുന്നുണ്ട്.

എല്ലാ ജാഥകളിലും ഘോഷയാത്രകളിലും വിളിക്കുന്ന മുദ്രാ വാക്യമാണ് ഇൻക്വിലാബ് സിന്ദാബാദ്! ഇതിനർഥം വിപ്ലവം ജയി ക്കട്ടെ എന്നാണ്. എന്താണീ വിപ്ലവം? പെട്ടെന്നുള്ള മാറ്റമാണ് വിപ്ലവം. ഇൻക്വിലാബ് വിളിക്കാത്തവർ ഇന്ന് ആരുമില്ല.

സമൂഹം മാറിക്കൊണ്ടിരിക്കുന്നു. പതുക്കെയുള്ള മാറ്റത്തി നിടയിൽ ചിലപ്പോൾ, പെട്ടെന്നാവും മാറ്റം. പതിനെട്ടാം നൂറ്റാ ണ്ടിൽ ഫ്രാൻസിൽ നടന്ന വിപ്ലവത്തെപ്പറ്റി കേട്ടിട്ടുണ്ടോ? ഭൂപ്ര ഭുക്കൾക്കും പുരോഹിതവർഗത്തിനുമെതിരായി ഫ്രാൻസിലെ സാധാരണക്കാർ നടത്തിയ വിപ്ലവമാണ് ഫ്രഞ്ചുവിപ്ലവം. സാർ ചക്രവർത്തിയുടെ റഷ്യക്കെതിരായി, അവിടത്തെ മുതലാളിത്ത ഭരണത്തിനെതിരായി, തൊഴിലാളികളും പട്ടാളക്കാരുംകൂടി നടത്തിയതാണ് റഷ്യൻവിപ്ലവം. 1917 ലാണിതു നടന്നത്. റഷ്യൻവിപ്ലവത്തെ സോഷ്യലിസ്റ്റു വിപ്ലവം എന്നു പറയുന്നു.

വിപ്ലവം തനിയെ ഉണ്ടാവില്ല. അതിനുവേണ്ടി പ്രവർത്തിക്ക ണം. അതിന് നേതൃത്വം വേണം. പരിപാടി വേണം. ശത്രുക്കളെ തോൽപ്പിച്ചു മുന്നേറാനുള്ള ശക്തിവേണം. കാൾമാർക്സും

എംഗൽസും ലെനിനും വിപ്ലവനേതാക്കളായിരുന്നു. ഇതിനായി
ട്ടാണവർ കമ്മ്യൂണിസ്റ്റുപാർട്ടി ഉണ്ടാക്കിയത്, ലോകമെങ്ങുമുള്ള
തൊഴിലാളിവർഗപ്പാർട്ടികളെ ഒന്നിപ്പിച്ചത്. വിപ്ലവത്തിനുവേണ്ടി
പ്രവർത്തിക്കുന്ന കമ്മ്യൂണിസ്റ്റ് പാർട്ടികൾ ഇന്നു ലോകമെങ്ങും
ഉണ്ട്. ഇന്ത്യയിലുമുണ്ട്. കേരളത്തിലുമുണ്ട്. വിപ്ലവത്തിന്റെ
ശാസ്ത്രമായ മാർക്സിസം–ലെനിനിസം കമ്മ്യൂണിസ്റ്റുപാർട്ടികളെ
മുന്നോട്ടു നയിക്കുന്നു.

തൂക്കുമരത്തിൽ കയറുംമുമ്പ് ഭഗത്സിങ്, നമുക്കുതന്ന മുദ്രാ

വാക്യമാണ് ഇൻക്വിലാബ് സിന്ദാബാദ്. ഇന്ത്യയുടെ സ്വാതന്ത്ര്യ ത്തിനുവേണ്ടി തോക്കെടുത്തു പോരാടിയ യുവാവാണ് ഭഗത്സിങ്. അദ്ദേഹം വിപ്ലവത്തിൽ വിശ്വസിച്ചു. വിപ്ലവം എന്നു വെച്ചാൽ കൊലയും കൊള്ളയുമല്ല. ചോരച്ചൊരിച്ചിലല്ല. ഹിംസ യല്ല. ചിലരെ വെടിവെച്ചുകൊല്ലുകയോ വീടാക്രമിക്കുകയോ ചെയ്താൽ വിപ്ലവമാവില്ല. ജനങ്ങളെ പങ്കെടുപ്പിച്ചാലേ വിപ്ലവ മാവൂ. ജനങ്ങളാണ് വിപ്ലവശക്തികൾ. അവരാണ് വിപ്ലവം നടത്തുന്നത്. മാർക്സിസത്തിലും ലെനിനിസത്തിലും വിശ്വസി ക്കുന്നവർ വിപ്ലവത്തിനായി പ്രവർത്തിക്കുന്നു. വിപ്ലവത്തിന്റെ ലക്ഷ്യം ജനങ്ങളെ കൊല്ലലല്ല; ഉപദ്രവിക്കലല്ല. നിലവിലുള്ള ബൂർഷ്വാഭരണകൂടത്തെ തല്ലിത്തകർത്ത് തൊഴിലാളികളുടെ പുതി യൊരു ഭരണം ഉണ്ടാക്കുകയാണ് വിപ്ലവത്തിന്റെ ലക്ഷ്യം.

ഇതിനുള്ള കഴിവ് വിപ്ലവകാരികൾക്കുണ്ടാവണം. ധൈര്യവും ബുദ്ധിമുട്ടാനുള്ള കഴിവും വേണം. അറിവും വേണം. എങ്കിലല്ലേ നേതൃത്വം കൊടുക്കാൻ കഴിയൂ. ജനങ്ങളിൽ വിപ്ലവ ബോധം ഉണ്ടാക്കാൻ കഴിയണം. സമരങ്ങളിൽ പങ്കെടുപ്പിച്ച് ജന ങ്ങൾക്ക് മനക്കരുത്തും വിപ്ലവബോധവും ഉണ്ടാക്കണം.

ഇൻക്വിലാബ് സിന്ദാബാദ് എന്നു വിളിക്കുമ്പോൾ, ആ വിളി കേൾക്കുമ്പോൾ നമുക്ക് ഭഗത്സിങ്ങിനെപ്പറ്റിയും വിപ്ലവത്തെപ്പ റ്റിയും ഓർമവരണം, പക്ഷേ ഒരുകാര്യം: വിപ്ലവം വേണം എന്നും വിപ്ലവം ജയിക്കട്ടെ എന്നും വിളിച്ചുപറഞ്ഞാൽമാത്രം പോരാ; വിപ്ലവം നടത്തണം. അതിന് ആളുകളെ തയാറാക്കണം. ചെറിയ കാര്യങ്ങൾക്കായി സമരം ചെയ്യുന്ന ജനങ്ങളെ വലിയ കാര്യ ങ്ങൾ നേടാനുള്ള കഴിവും കരുത്തും ഉള്ളവരാക്കിമാറ്റണം. അതിന് സംഘടനകൾ വേണം. എല്ലാ ബഹുജനങ്ങളും ഇൻക്വി ലാബ് സിന്ദാബാദ് എന്നു വിളിക്കണം. നിലവിലുള്ള മുതലാ ളിത്തഭരണത്തെ തോൽപ്പിക്കണം. അതിനുള്ള വിപ്ലവത്തിനു തയാറാവണം. നമുക്കെല്ലാവർക്കുംകൂടി വിളിക്കാം: "ഇൻക്വിലാബ് സിന്ദാബാദ്!"

6

മുതലാളിത്തം

വലിയ പണക്കാരുണ്ട്. ഒട്ടും പണമില്ലാത്തവരുമുണ്ട്. പണ മില്ലാത്തവരാണ് അധികം.

ഗ്രാമത്തിലെ പലചരക്കുവിൽപ്പനക്കാരനാണ് മമ്മുഹാജി. അയാൾ പണക്കാരനാണ്. എല്ലാവരും അയാളെ 'മുതലാളി' എന്നാണു വിളിക്കുന്നത്. സാധനങ്ങൾക്ക് ഇരട്ടിവിലയാണവിടെ. കള്ളക്കണക്കും എഴുതും. പക്ഷേ, അയാൾ മുതലാളിയല്ല.

മുതൽമുടക്കി തൊഴിലാളികളെക്കൊണ്ടു പണിചെയ്യിച്ചു ലാഭ മുണ്ടാക്കുന്ന ആളാണ് ശരിക്കുള്ള മുതലാളി. തൊഴിലാളിക്കു കൂലി കൊടുക്കുന്നു. തൊഴിലാളിയുടെ അധ്വാനത്തിനുള്ള പ്രതി ഫലമാണ് കൂലി. പക്ഷേ, ചെയ്ത പണിക്ക് മുഴുവൻ കൂലി കിട്ടു ന്നില്ല. 5 രൂപയ്ക്കുള്ള പണി യഥാർഥത്തിൽ ചെയ്തിട്ടുണ്ടാവു മെങ്കിൽ കൂലി 3 രൂപയാവും. ബാക്കി 2 രൂപ മുതലാളിയുടെ ലാഭമാണ്. ഇതാണ് ചൂഷണം. തൊഴിലാളികളെക്കൊണ്ടു പണി യെടുപ്പിച്ച് മുതലാളി പണം സമ്പാദിക്കുന്നു.

മമ്മുഹാജിയെപ്പോലുള്ളവരും പണം സമ്പാദിക്കുന്നുണ്ട്. അത് കച്ചവടത്തിൽ നിന്നാണ്. രണ്ടും മൂന്നും രൂപ, ദിവസേന ഓരോ തൊഴിലാളിയെ ചൂഷണംചെയ്തുകൊണ്ട് മുതലാളി ഉണ്ടാ ക്കുന്നു. അതു കൂടിക്കൂടി വരുന്നു. ഇതാണ് മൂലധനമാകുന്നത്. ഇതു വീണ്ടും ഫാക്ടറികളും മറ്റും ഉണ്ടാക്കാൻ മുതലാളി നിക്ഷേ

പിക്കുന്നു. ചൂഷണം, വീണ്ടും ചൂഷണം, ലാഭം, കൂടുതൽ ലാഭം — ഇതാണ് മുതലാളിത്തം. മുതലാളി അതിനായി മൂലധനം ഇറക്കുന്നു.

മുതലാളിത്തം നിലനിൽക്കാൻ കച്ചവടക്കാർ വേണം. അവരും മുതലാളിത്തത്തിന്റെ ഭാഗമാണ്.

മുതലാളിത്തം ഇല്ലാതാക്കണം. അതിനെന്താണു വഴി? മുതലാളിത്തം മനുഷ്യചരിത്രത്തിൽ ഒരു ഘട്ടം മാത്രമാണ്. അടിമത്തം മാറിയില്ലേ? നാടുവാഴിത്തം മാറിയില്ലേ? അതുപോലെ മുതലാളിത്തവും മാറും. അതു മാറ്റണം — കൂടുതൽ ആളുകൾക്കു ഗുണകരമായ ഒരു ഭരണം വരണം. അതാണ് സോഷ്യലിസം. സോഷ്യലിസത്തിൽ മുതലാളിയില്ല. തൊഴിലാളിവർഗത്തിന്റെ ഭരണമാണത്. അവിടെ കള്ളക്കച്ചവടം നടത്തുന്നവരില്ല. കള്ളക്കണക്ക് എഴുതുന്നവരില്ല. തൊഴിലാളിച്ചൂഷണവും ഇല്ല.

മുതലാളി ഇല്ലാതെ എങ്ങനെ ഫാക്ടറികൾ നടക്കും?

മുതലാളിയല്ല ഫാക്ടറി നടത്തുന്നത്.

ഫാക്ടറികളും മറ്റും തൊഴിലാളികളാണ് നടത്തുന്നത്. ഡ്രൈവർ തീവണ്ടി ഓടിക്കുന്നില്ലേ? ഫാക്ടറിത്തൊഴിലാളി തുണിയും ഇരുമ്പുസാധനങ്ങളും സിമന്റും ഉണ്ടാക്കുന്നില്ലേ? ഇതൊന്നും മുതലാളിക്കു ചെയ്യാൻ പറ്റില്ല, മുതലാളിക്കല്ല, തൊഴിലാളിക്കാണ് കാര്യങ്ങൾ നടത്താനുള്ള കെൽപ്പുള്ളത്. അതുകൊണ്ടാണല്ലോ തൊഴിലാളികൾ പണിമുടക്കിയാൽ ഉൽപ്പാദനം നിലയ്ക്കുന്നത്. മുതലാളിക്കു പ്രമേഹം പിടിച്ച് കിടക്കയിൽ കിടന്നാലും ഫാക്ടറി നടക്കുന്നില്ലേ? തൊഴിലാളി പണിമുടക്കിയാലോ?

മുതലാളിത്തത്തിൽ തൊഴിലാളിയൂണിയനുകൾ കൂടുതൽ കൂലിക്കും ജീവിക്കാൻ സൗകര്യത്തിനും അവശ്യസാധനങ്ങളുടെ വില കുറയ്ക്കാനുംവേണ്ടി സമരംചെയ്യുന്നു. സോഷ്യലിസത്തിലാകട്ടെ, തൊഴിലാളിയൂണിയനുകളാണ് ഫാക്ടറികൾ നിയന്ത്രിക്കുക. അവിടെ കൊള്ളലാഭം ഉണ്ടാവില്ല. അവിടെ തൊഴിൽത്തർക്കമുണ്ടാവില്ല.

സ്വകാര്യസ്വത്തിനാണ് മുതലാളിത്തത്തിൽ സ്ഥാനം. സോഷ്യലിസത്തിലോ? ഭൂമിയും ഫാക്ടറിയുമെല്ലാം പൊതുസ്വത്താണ്. അവിടെ ചൂഷണം അനുവദിക്കുന്നില്ല. ഇതിനർഥം

സ്വന്തം ഉപയോഗത്തിന് റേഡിയോ, വാച്ച്, ലൈബ്രറി എന്നിവ പാടില്ലെന്നല്ല.

മുതലാളിത്തത്തിൽ പൊതുസ്ഥാപനങ്ങൾ ഇല്ലേ? പൊതു മുതൽ ഇല്ലേ? ഉണ്ട്. പക്ഷേ, അവ പൊതുമുതലാണെന്ന് പല പ്പോഴും തോന്നുന്നില്ല. മുതലാളിത്തത്തിൽ പൊതുസ്ഥാ പനങ്ങളെ നിയന്ത്രിക്കുന്നതും മുതലാളിമാരാണ്. സാധാരണ ക്കാർക്കതിൽ യാതൊരു പങ്കുമില്ല. പിന്നെ എങ്ങനെ പൊതുമു തലിനെക്കുറിച്ച് മതിപ്പുണ്ടാവും?

മുതലാളിത്തത്തിൽനിന്നു സോഷ്യലിസത്തിലേക്കുള്ള മാറ്റത്തെ സഹായിക്കാൻ കെൽപ്പുള്ള ശക്തി തൊഴിലാളിവർഗ മാണ്.

പണക്കാരും പാവപ്പെട്ടവരും എന്ന വ്യത്യാസം ഇല്ലാതാക്ക ണം. ഈ വ്യത്യാസം നിലനിർത്തുന്നത് മുതലാളിത്തമാണ്. മുത ലാളിത്തം ഇല്ലാതാക്കണം. അപ്പോൾ ഈ വ്യത്യാസവും ഇല്ലാ താവും.

7

പുതിയ ശാസ്ത്രം

പത്രങ്ങളിൽ ആഴ്ചഫലം നോക്കുന്നവരുണ്ട്. രാഹുകാലം നോക്കി പരിപാടി തയാറാക്കുന്നവരുണ്ട് ജാതകംനോക്കി ഭാവി നിശ്ചയിക്കുന്നവരുണ്ട്. ജനനസമയവും നാളും ഗ്രഹനിലയും നോക്കിയാണിവർ ഭാവി നല്ലതോ ചീത്തയോ എന്നൊക്കെ പറ യുന്നത്. മുഖം നോക്കി ലക്ഷണം പറയുന്നു. കൈരേഖ നോക്കി ഭാവിസൂചനകൾ നൽകുന്നവരുമുണ്ട്. വെളിച്ചപ്പാടിന്റെ കൽപ്പന കേട്ടു സമാധാനിക്കുന്നവരുണ്ട്. ദൈവകോപം തീർക്കാൻ വഴി പാടുകൾ കഴിക്കുന്നവരുണ്ട്. പക്ഷേ, ഇതിലൊക്കെ വിശ്വസി ക്കുന്നവരുടെ എണ്ണം കുറഞ്ഞുവരികയാണ്. ഇനിയും കുറയും.

മനുഷ്യന് ഒരു ആത്മാവുണ്ടെന്നും അതിനാണ് പ്രാധാന്യം എന്നും വാദിക്കുന്നവരുണ്ട്. ഇതു ശരിയാണോ? അല്ലെന്നു മാർക്സിസം പറയുന്നു. ആത്മാവല്ല പദാർഥമാണ് പ്രധാനം. പദാർഥത്തിന്റെ നിലനിൽപ്പിനടിസ്ഥാനം ചലനമാണ്, മാറ്റമാണ്. ചലിക്കാത്തതായി, മാറാത്തതായി യാതൊന്നുമില്ല. മാറ്റങ്ങൾ തുരു തുരെ നടക്കുന്നു — ഓരോ നിമിഷത്തിലും. ഇതു പദാർഥത്തി നുതന്നെ മാറ്റമുണ്ടാക്കുന്നു.

ലോകത്തിൽ ഒരുകാലത്ത് ജീവനുണ്ടായിരുന്നില്ല. കുറെ കാലത്തിനുശേഷമാണ്, പദാർഥങ്ങളിൽനിന്ന് ജീവനുണ്ടായത്. ചലനത്തിന്റെ ഫലമാണത്. ആദ്യം ചെറുജീവികളേ ഉണ്ടായിരു

ന്നുള്ളൂ. കുറേക്കാലത്തിനുശേഷം വലിയ ജീവികളുണ്ടായി. ഏറ്റവും അവസാനമുണ്ടായ ജീവിയാണ് മനുഷ്യൻ.

പദാർഥം മാറി; ജീവനായി, ജീവവസ്തുക്കളായി. ജീവവ സ്തുവിൽ മാറ്റം വന്നു. പതുക്കെപ്പതുക്കെ, അനേകലക്ഷം കൊല്ല ങ്ങൾകൊണ്ട് ഉയർന്ന ജീവികളുണ്ടായി. ഇതാണ് പരിണാമവാ ദം. പ്രകൃതിയിലെന്നപോലെ സമൂഹത്തിലും പരിണാമം നടക്കു ന്നുണ്ട്.

പ്രകൃതിയിൽ ഉണ്ടാവുന്ന മാറ്റങ്ങൾക്കു ചില നിയമങ്ങളെ ല്ലാമുണ്ട്. മാറ്റം എല്ലായ്പോഴും ഒരേവിധമല്ല. ചില പ്രത്യേക ഘട്ടത്തിൽ പെട്ടെന്നാവും മാറ്റം. അടുപ്പത്തുവെച്ച വെള്ളം ചൂടാ ക്കിയാൽ അതിന്റെ ചൂട് കൂടിവരുന്നു, ഒരു പ്രത്യേക ഘട്ടത്തിൽ വെള്ളം തിളയ്ക്കുന്നു; അത് നീരാവിയായി മാറുന്നു. ഇവിടെ എന്തുണ്ടായി? വെള്ളം ആദ്യം ചൂടായി. ചൂടു കൂടിക്കൂടി വന്നു. കുറെ ചൂടായപ്പോൾ വെള്ളം പെട്ടെന്നു തിളച്ച് ആവിയായിത്തീ രുന്നു.

കോഴിമുട്ട വിരിയുന്നതും പച്ചക്കായ് പഴമാവുന്നതും പാൽ തൈരാവുന്നതും എല്ലാം മാറ്റങ്ങൾക്ക് ഉദാഹരണമാണ്.

സമൂഹത്തിലും ഏതാണ്ട് ഇതുതന്നെ സംഭവിക്കുന്നു. പതു ക്കെപ്പതുക്കെ സമൂഹത്തിൽ ഉണ്ടാവുന്ന മാറ്റം, ഒരു പ്രത്യേക ഘട്ടത്തിൽ, പെട്ടെന്നാവുന്നു. ഇതിനെയാണ് വിപ്ലവം എന്നു പറയുന്നത്. പ്രാകൃതജീവിതത്തിൽനിന്ന് അടിമത്തമുണ്ടായത് ഇങ്ങനെയൊരു വിപ്ലവത്തിൽക്കൂടിയാണ്. അടിമത്തം അനേക നൂറ്റാണ്ടുകൾക്കുള്ളിൽ മാറിയെങ്കിലും, പെട്ടെന്നു മാറിയിട്ടാണ് നാടുവാഴിത്തം വന്നത്. നാടുവാഴിത്തത്തിനകത്തുണ്ടായ വിപ്ല വമാണ് മുതലാളിത്തത്തിനു കാരണമായത്. വികാസത്തിന്റെ തന്നെ വികാസമാണ് വിപ്ലവം.

വിപ്ലവം തനിയേ ഉണ്ടാവില്ല. അതിനുവേണ്ടി ശ്രമിക്കണം. പക്ഷേ ഒരുകാര്യം, പാകമാകുംമുമ്പ് മാങ്ങ പഴുക്കില്ല. സമൂഹ ത്തിലെ വിപ്ലവശക്തികൾ വളരാതെ വിപ്ലവമുണ്ടാകില്ല. മുതലാ ളികളും തൊഴിലാളികളും തമ്മിൽ നടക്കുന്ന വർഗസമരം മൂക്ക ണം, പരക്കണം. ജനങ്ങൾക്കു മുതലാളിത്തത്തിൽ വിശ്വാസം കുറയണം. തൊഴിലാളിവർഗത്തിന് ഐക്യമുണ്ടാവണം; സംഘ ടനയുണ്ടാവണം; നേതൃത്വവും വേണം. ഇങ്ങനെ പലതും

ചേർന്നാലേ വിപ്ലവം ഉണ്ടാവുകയുള്ളൂ.

തൊഴിലാളികൾ മാത്രം പോരാ വിപ്ലവത്തിന്. കൃഷിക്കാർ വേണം. അവരെക്കൂടി ചെങ്കൊടിക്കു കീഴിൽ കൊണ്ടുവരണം. നാട്ടിൻപുറത്തെ വിപ്ലവശക്തികൾ വളരണം.

തൊഴിലാളിവർഗം മറ്റു വിഭാഗങ്ങളുമായി യോജിക്കുന്നു. അതേസമയം അവരുടെ പോരായ്മകൾ ചൂണ്ടിക്കാണിച്ചുകൊ ടുക്കുകയും ചെയ്യുന്നു.

ഇന്നലെവരെ ശരിയാണെന്നു കരുതിയ പലതും ഇന്നു ശരി യായില്ലെന്നു വരുന്നു. ഇന്നുള്ള ധാരണകൾ നാളെ തിരുത്ത പ്പെടുന്നു. അതാണു വികാസം, മാറ്റം, ചലനം. ഇതിന്റെയെല്ലാം ശാസ്ത്രമാണ് മാർക്സിസം.

മാർക്സിസത്തിന്റെ നിയമങ്ങൾ അനുഭവംകൊണ്ടു പഠിക്കേ ണ്ടതാണ്. സമരം ചെയ്യണം; സാഹസം ചെയ്യണം — മാർക്സിസം പഠിക്കാനുള്ള വഴിയാണത്. പരീക്ഷണശാലയിലിരുന്നാൽപ്പോ രാ, വർഗസമരത്തിൽ പങ്കെടുക്കുകതന്നെവേണം, ഈ പുതിയ ശാസ്ത്രം പഠിക്കാൻ.

തൊഴിലാളികളും അധ്വാനിക്കുന്ന കൃഷിക്കാരും ഇടത്തര ക്കാരുമാണിവിടത്തെ വിപ്ലവശക്തികൾ. അവരെക്കൂടാതെ ഇവിടെ വിപ്ലവം നടക്കില്ല.

8

ശാസ്ത്രീയ സോഷ്യലിസം

കവികൾ പലതും പാടി. ചിന്തകന്മാർ പലതും എഴുതി. ഇതൊക്കെ വായിച്ച് മാർക്സ് പറഞ്ഞു: എനിക്കീ വ്യാഖ്യാനം കേട്ടു മതിയായി. നമുക്കീ ലോകത്തെയങ്ങ് മാറ്റാൻ ശ്രമിച്ചുകൂ ടേ? അതെ, ലോകത്തെ മാറ്റലാണു പ്രധാനം. പ്രസംഗം നിർത്തു ക, പാട്ടുനിർത്തുക; പ്രവർത്തിക്കുക; മാറ്റത്തിനുവേണ്ടി പ്രയ ത്നിക്കുക.

നല്ല മനുഷ്യസ്നേഹികൾ ലോകത്തിൽ സമാധാനവും സുഖവും കൈവരുത്താനുള്ള വഴികളെപ്പറ്റി എപ്പോഴും അന്വേ ഷിച്ചിട്ടുണ്ടായിരുന്നു. മരണത്തിനുശേഷം മോക്ഷത്തെപ്പറ്റി മത ങ്ങൾ പറഞ്ഞു. സ്വർഗം ശാശ്വതസുഖത്തിന്റെ പര്യായമായിരു ന്നു. സ്വകാര്യസ്വത്തില്ലാതെ, യജമാനനില്ലാതെ, മേലാളരില്ലാതെ എല്ലാവരും ഒന്നിച്ചു ജീവിക്കുന്ന സമൂഹത്തെപ്പറ്റി അവർ ആലോചിച്ചു. മനുഷ്യന്റെ ദുഃഖം ഇല്ലാതാക്കണം. പട്ടിണിയും ദാരിദ്ര്യവും രോഗവും പൊറുതികേടും ഒഴിവാക്കണം. അങ്ങനെ യൊരു ലോകത്തെപ്പറ്റി അവർ ആലോചിച്ചു. ആലോചിച്ച് പലതും അവർ കണ്ടുപിടിച്ചു. ചിലർ പ്രായോഗികമായി അതു നടപ്പിലാക്കിനോക്കുകപോലും ചെയ്തു. പക്ഷേ ഒന്നും ഫലി ച്ചില്ല. ശാസ്ത്രീയമല്ലാത്തതുണ്ടോ നിലനിൽക്കുന്നു? നമ്മുടെ ഇഷ്ടത്തിനനുസരിച്ച് പ്രകൃതിനിയമം മാറില്ല. സമൂഹനിയമം

മാറില്ല. നിയമങ്ങൾ മനസിലാക്കി അതിനനുസരിച്ചുവേണം പ്രവർത്തിക്കാൻ.

ആദ്യം മനുഷ്യൻ നന്നാവണം, അല്ലാതൊന്നും ശരിപ്പെടില്ല, എന്നു ചിലർ പറഞ്ഞു. സമൂഹം നന്നാവണം അതിൽക്കൂടി മനുഷ്യരും നന്നാവും എന്ന് മാർക്സും പറഞ്ഞു. സോഷ്യലിസത്തിനു ശാസ്ത്രീയാടിസ്ഥാനം നൽകിയത് മാർക്സും എംഗൽസുമാണ്. ഒറ്റയ്ക്കൊറ്റയ്ക്കു മനുഷ്യൻ നന്നായതുകൊണ്ടായില്ല.

1848 ൽ മാർക്സും എംഗൽസുംകൂടി *കമ്യൂണിസ്റ്റ് മാനിഫെസ്റ്റോ* എന്നൊരു ചെറു പുസ്തകം എഴുതി. ലോക തൊഴിലാളികൾക്കുവേണ്ടി ഉണ്ടാക്കിയതാണീ പുസ്തകം. "ലോക തൊ

ഴിലാളികളേ സംഘടിക്കുവിൻ. നിങ്ങൾക്കു കൈച്ചങ്ങലയല്ലാതെ മറ്റൊന്നും നഷ്ടപ്പെടാനില്ല; കിട്ടാനുള്ളതോ, ഒരു ലോകവും" എന്നാണ് പുസ്തകത്തിന്റെ അവസാന വാക്യങ്ങൾ. ഈ വാക്യ ങ്ങൾ നിങ്ങൾ മറക്കരുത്. നിങ്ങൾക്കൊരു ലോകം കിട്ടാനുണ്ട്. നിങ്ങൾക്കു നഷ്ടപ്പെടാൻ ചങ്ങല മാത്രമേയുള്ളൂ. എത്ര നല്ല കവിത? എത്ര നല്ല മുദ്രാവാക്യം!

ധനശാസ്ത്രത്തിലും തത്വശാസ്ത്രത്തിലും പുരോഗതി ഉണ്ടാ യപ്പോഴേ സോഷ്യലിസം ശാസ്ത്രീയമായുള്ളൂ. രാഷ്ട്രതന്ത്രവും അതിനെ സഹായിച്ചു. ഇതിന്റെ ഫലമായി പുതിയ ആശയങ്ങളും ജനാധിപത്യത്തെക്കുറിച്ചും സോഷ്യലിസത്തെക്കുറിച്ചും പുതിയ ധാരണകളും വളർന്നു. കൂട്ടത്തിൽ തൊഴിലാളിസമരങ്ങൾ നട ന്നു.

മാർക്സ് *മൂലധനം* എന്ന പുസ്തകം ഉണ്ടാക്കാൻ ഇതൊക്കെ പഠിച്ചു. സയൻസിന്റെ കാഴ്ചപ്പാടിൽ സാമൂഹ്യപുരോഗതിയെ കാണാൻ എംഗൽസിനു കഴിഞ്ഞു. റഷ്യൻ വിപ്ലവനേതാവായ ലെനിൻ സോഷ്യലിസത്തെ ശാസ്ത്രീയമായി വളർത്തി. സോഷ്യ ലിസം ഇന്നു വെറും സങ്കൽപ്പമല്ല; സ്വപ്നമല്ല; യാഥാർഥ്യമാണ്.

സോഷ്യലിസം ശാസ്ത്രീയമാണിന്ന്. മുതലാളിത്തത്തിന്റെ ശവക്കുഴി തോണ്ടുന്നവരാണ് തൊഴിലാളിവർഗം എന്നും, അവ സാനം അവർ ജയിക്കും എന്നും, മുതലാളിത്തത്തിനെതിരായ എല്ലാ ശക്തികളേയും അതിജീവിക്കാനവർക്കു കഴിയും എന്നും നമുക്കിന്നു പറയാം. നാളെ സൂര്യൻ ഉദിക്കും എന്നു പറയു മ്പോലെ ഇതും പറയാം എന്നായിരിക്കുന്നു. നാളെ ശാസ്ത്രീയ സോഷ്യലിസത്തിന്റെ കൊടി ഉയരും. ലോകത്തിലിന്ന് സോ ഷ്യലിസത്തിന്റെ ശക്തികളാണ് വളരുന്നത്.

ശാസ്ത്രീയ സോഷ്യലിസത്തെ വളർത്തണം. ഓരോ രാജ്യ ത്തിലും ഓരോ കാലഘട്ടത്തിലുമുള്ള പ്രശ്നങ്ങളെ അതുമായി ബന്ധപ്പെടുത്തണം. റഷ്യൻവിപ്ലവത്തിന്റെ വിജയത്തിനു കാര ണം, ശാസ്ത്രീയസോഷ്യലിസത്തെ റഷ്യയിലെ ജീവിതവുമായി ബന്ധപ്പെടുത്താൻ ലെനിനു കഴിഞ്ഞതാണ്. ഇന്ത്യയിലും കേര ളത്തിലും ഇതാണു ചെയ്യേണ്ടത്. ഇന്ത്യയിൽ ശാസ്ത്രീയസോ ഷ്യലിസത്തിന് ഇന്ന് മുമ്പത്തേക്കാൾ ശക്തിയുണ്ട്. ചെറുപ്പക്കാ രെല്ലാം ആ വഴിക്കാണ് തിരിയുന്നത്.

<h1 style="text-align:center">9</h1>

ഇന്ത്യയിൽ ചെങ്കൊടി

ആയിരത്തി നാനൂറ്റി തൊണ്ണൂറ്റിയെട്ടിൽ പോർച്ചുഗലിലെ നാവികനായിരുന്ന വാസ്കോഡഗാമ ആഫ്രിക്കയെ ചുറ്റി, കോഴി ക്കോട്ടെത്തി. അങ്ങനെ ഇന്ത്യയിലേക്ക് ഒരു വഴി കണ്ടുപിടിച്ചു. കുരുമുളകും സുഗന്ധവസ്തുക്കളും അന്വേഷിച്ച് യൂറോപ്യന്മാർ ഇന്ത്യയിലെത്തി. അവസാനം വന്നത് ഇംഗ്ലീഷുകാരാണ്. അവർ ഇന്ത്യയിലെ ഭരണാധികാരികളായിത്തീർന്നു.

ബ്രിട്ടീഷുഭരണത്തിനെതിരായി ഇന്ത്യക്കാർ പല സമരങ്ങളും നടത്തി. കേരളത്തിലും സമരം നടന്നു. പഴശ്ശി രാജാവും വേലു അമ്പിയും ജനങ്ങളെ ബ്രിട്ടീഷുഭരണത്തിനെതിരായി നയിച്ചു. 1857 ൽ പട്ടാളവും ബ്രിട്ടീഷ് വാഴ്ചയ്ക്കെതിരെ കലാപമുണ്ടാ ക്കി. തോക്കെടുത്ത് ഇന്ത്യൻ പട്ടാളക്കാർ ബ്രിട്ടീഷ് വാഴ്ചയെ വെല്ലുവിളിച്ചു. അതിനിടയിൽ തുണിമില്ലുകളും വ്യവസായശാ ലകളും ഇന്ത്യയിൽ ഉണ്ടായി. ബോംബെയായിരുന്നു, തുണിമി ല്ലുകളുടെ കേന്ദ്രം.

1908 ൽ ലോകമാന്യ ബാലഗംഗാധര തിലകനെ അറസ്റ്റു ചെയ്ത് രാജ്യദ്രോഹക്കുറ്റം ചുമത്തി ബർമയിലേക്ക് നാടുകട ത്തി. ഇതിനെ പ്രതിഷേധിച്ച് ബോംബെ തൊഴിലാളികൾ ഒന്നാകെ പണിമുടക്കി.

കൂലി കൂട്ടിക്കിട്ടാനല്ല, ബ്രിട്ടീഷ് വാഴ്ചയ്ക്കെതിരായിരുന്നു ആ പണിമുടക്കം. ഈ വിവരം അറിഞ്ഞപ്പോൾ ലെനിൻ പറ

ഞ്ഞുവത്രേ: "ഇന്ത്യൻ തൊഴിലാളിവർഗത്തിനു പ്രായപൂർത്തി യായിരിക്കുന്നു." സ്വന്തം കാര്യങ്ങൾ നോക്കാൻ ഇന്ത്യയിലെ തൊഴിലാളികൾ കഴിവുനേടിയിരിക്കുന്നു, എന്ന കാര്യം ലെനിനെ സന്തോഷിപ്പിച്ചു.

1920 നടുത്താണ് ബോംബെ, കൽക്കത്ത, മദ്രാസ് എന്നിവി ടങ്ങളിൽ കമ്യൂണിസ്റ്റ് ഗ്രൂപ്പുകൾ ആരംഭിച്ചത്. ഡാങ്കെ, മുസാഫർ അഹമ്മദ്, ശിങ്കാരവേലുച്ചെട്ടിയാർ എന്നിവർ ഇവിടെയെല്ലാം വിപ്ല വപ്രവർത്തനം തുടങ്ങി. ഇവർക്കെതിരെ കാൺപൂർ ഗൂഢാലോ ചനക്കേസ് കെട്ടിച്ചമച്ചു. അങ്ങനെ ഇന്ത്യയിൽ കമ്യൂണിസത്തെ മുളയിലേ നുള്ളിക്കളയാൻ സർക്കാർ ശ്രമിച്ചു.

വെള്ളപ്പൊക്കമുണ്ടോ മണൽച്ചിറകൊണ്ടു പിന്മാറുന്നു? കേസുകൊണ്ടും മർദനംകൊണ്ടും തൊഴിലാളിപ്രസ്ഥാനം

തകർന്നില്ല. തകരുകയുമില്ല. പുതിയ നേതാക്കൾ രംഗത്തുവന്നു. ചെങ്കൊടി വാനിലുയർന്നു. കൂടുതലൊളുകൾക്ക് ചെങ്കൊടി ആവേശം നൽകി. തൊഴിലാളികൾക്കു പുറമെ കർഷകരും വിദ്യാർഥികളും ബുദ്ധിജീവികളും ചെങ്കൊടി ഉയർത്തി.

അരിവാളും ചുറ്റികയുമുള്ള ചുവന്ന കൊടിയാണ് സോഷ്യ ലിസത്തിന്റെ കൊടി. അരിവാൾ കൃഷിക്കാരന്റെ ആയുധമാണ്; ചുറ്റിക, തൊഴിലാളിയുടേയും. കർഷക–തൊഴിലാളി ഐക്യത്തെ യാണതു കാണിക്കുന്നത്. അതാണ് സോഷ്യലിസത്തിലേക്കുള്ള വഴി. ചെങ്കൊടിയുടെ ചുവപ്പ് രക്തസാക്ഷികളുടെ ത്യാഗത്തെ കാണിക്കുന്നു. ഓരോ സമരത്തിലും വിപ്ലവത്തിലും മരിച്ചവരുടെ ചോരയുടെ നിറമാണത്. തൊഴിലാളിവർഗത്തിന്റെ വിപ്ലവക്കൊടി യാണ് ചെങ്കൊടി. ചെങ്കൊടി പാറാത്ത രാജ്യമില്ല. ചെങ്കൊടിയെ ഭയപ്പെടാത്ത മുതലാളിയില്ല, പിന്തിരിപ്പനില്ല.

കൃഷിക്കാരും തൊഴിലാളികളും യുവാക്കളും നാവികന്മാരും ചെങ്കൊടി ഉയർത്തി. ജന്മിക്കും മുതലാളിക്കും സർക്കാരിനുമെ തിരായ സമരങ്ങൾ ചെങ്കൊടിക്കീഴിൽ നടന്നു. ചെങ്കൊടിയുടെ പേരിൽ തൊഴിലാളിനേതാക്കൾ വളർന്നു. ഇന്ത്യയിലെ സ്വാത ന്ത്ര്യപ്രസ്ഥാനത്തിന്റെ ഭാഗമായി ഇവിടത്തെ ചെങ്കൊടിപ്രസ്ഥാ നവും ശക്തിപ്പെട്ടു.

കയ്യൂർ സഖാക്കൾ തൂക്കുമരമേറിയത് ചെങ്കൊടിക്കു വേണ്ടി യാണ്. ആയിരക്കണക്കിനാളുകൾ തൊഴിലാളിപ്രസ്ഥാനത്തിൽ രക്തസാക്ഷികളായി. ചെങ്കൊടിക്കു ചുവപ്പുനിറം കൊടുത്തത് ഇവരാണ്. തെലങ്കാനയും പുന്നപ്രയും വയലാറും കരിവെള്ളൂ രും.... എത്രയെത്ര പേർ മരിച്ചു? എന്തിന്? പുതിയ ജീവിതത്തിന്.

പുതിയ ജീവിതം, പുതിയ വിദ്യാഭ്യാസം, എല്ലാവർക്കും തൊഴിൽ, ജീവിക്കാനുള്ള കൂലി, കൃഷിഭൂമി കൃഷിക്കാർക്ക്, സാമ്രാ ജ്യത്വം നശിക്കട്ടെ, മുതലാളിത്തം നശിക്കട്ടെ, ജന്മിത്വം നശിക്കട്ടെ മുതലായ മുദ്രാവാക്യങ്ങൾ ഇന്ത്യയിലെ ദേശീയപ്രസ്ഥാനത്തിനു സ്വീകരിക്കേണ്ടി വന്നത് തൊഴിലാളിവർഗസംഘടനകളുടേയും ചെങ്കൊടിയുടേയും സ്വാധീനം കാരണമാണ്.

പുഞ്ചിരിക്കുന്ന യുവത്വത്തിന്റെ ലോകമാണ് സോഷ്യലിസം. അതിന്റെ പ്രതീകമാണ് ചുവന്ന കൊടി. കാറ്റത്ത് ആടുന്ന ചെങ്കൊടി സമാധാനം, സൗഹൃദം, സോഷ്യലിസം എന്നിവയെ മാടിവിളിക്കുന്നു.

10
വിപ്ലവകാരി

കാൾ മാർക്സിനോട് ഒരാൾ ചോദിച്ചു: "താങ്കൾക്കേറ്റവും ഇഷ്ടപ്പെട്ട കാര്യമെന്താണ്?" മാർക്സിന്റെ മറുപടി ഇതായിരുന്നു: "സമരം ചെയ്യുക."

വിപ്ലവകാരിയുടെ സുഖം അതാണ്. പുരോഗതിക്കുവേണ്ടിയുള്ള സമരം.

എന്താണ് സുഖമെന്ന് ഒരു സാധാരണ ഇടത്തരക്കാരനോടു ചോദിച്ചാൽ അയാൾ പറയും: "എനിക്കു ജീവിക്കണം. അതിനു പണം വേണം. വീടും പറമ്പും വേണം. ബുദ്ധിമുട്ടാതെ കഴിയണമല്ലോ." സമൂഹത്തിന്റെ പുരോഗതിയിൽ അയാൾ തൽപ്പരനല്ല. സ്വന്തം കാര്യം സിന്ദാബാദ് ആണ് അയാൾക്ക്.

വിപ്ലവകാരിയുടെ സുഖം, പുതിയ സമൂഹം വാർത്തെടുക്കുന്നതാണ്. അതിനുള്ള സമരമാണ് പ്രധാനം. അത് ഗൗരവമുള്ളതാണ്. എല്ലാവർക്കും വിപ്ലവകാരികളാവാൻ പറ്റിയെന്നുവരില്ല. എന്നാൽ വിപ്ലവത്തെ സഹായിക്കാൻ ഏവർക്കും കഴിയും. എല്ലാവരും കഴിവനുസരിച്ച് വിപ്ലവപ്രവർത്തനത്തെ സഹായിക്കണം.

വിപ്ലവകാരിക്കുള്ള നല്ലൊരു ഉദാഹരണമാണ് ലെനിൻ. ലെനിന്റെ കുട്ടിക്കാലത്തെപ്പറ്റി നാം അറിയുന്നത് നല്ലതാണ്. അങ്ങനെ എല്ലാ വിപ്ലവകാരികളുടെയും കുട്ടിക്കാലത്തെപ്പറ്റി നാം പഠിക്കണം. അച്ഛനും അമ്മയും സഹോദരീസഹോദരന്മാരും

വ്ളാഡിമിർ ഉല്യാനോവിനെ സ്നേഹിച്ചു. ലെനിന്റെ പേര് വ്ളാഡിമിർ എന്നായിരുന്നു. പിന്നീട് വിപ്ലവകാരിയായപ്പോൾ, പൊലീസിനു പിടികൊടുക്കാതിരിക്കാൻ സ്വീകരിച്ചതാണ് ലെനിൻ എന്ന പേര്. ആ പേരിനായി പ്രസിദ്ധി.

കുട്ടിയായ ലെനിൻ വലിയ വായനക്കാരനായിരുന്നു. ഒന്നു രണ്ടു തവണ അമ്മയോടു കള്ളംപറഞ്ഞുവത്രേ. പക്ഷേ ആ സ്വഭാവം വളരെ വേഗം തിരുത്തി. പാട്ടുപാടാൻ ലെനിന് ഇഷ്ട മായിരുന്നു. സ്കൂളിൽനിന്നു കിട്ടിയ മാർക്കുകൾ വിളിച്ചുപറ ഞ്ഞുകൊണ്ടാണത്രേ വ്ളാഡിമിർ വീട്ടിലേക്കു വരുന്നതുതന്നെ.

സ്കൂളിൽ ചരിത്രം, ഭൂമിശാസ്ത്രം, സാഹിത്യം എന്നിവയി ലായിരുന്നു വ്ളാഡിമിറിനു കൂടുതൽ താൽപ്പര്യം. കിട്ടുന്നത്ര പുസ്തകം വായിക്കും. സഹപാഠികളോട് സ്നേഹത്തോടെ പെരു മാറും. അമ്മയോടും അച്ഛനോടും സഹോദരങ്ങളോടും വലിയ സ്നേഹമായിരുന്നു. സ്നേഹമുള്ളവർക്കേ വിപ്ലവകാരിയാവാൻ കഴിയൂ. ഏറ്റവും ഉയർന്ന മനുഷ്യസ്നേഹമാണ് ഒരാളെ വിപ്ലവ കാരിയാക്കുന്നത്.

16 വയസിൽ അച്ഛൻ മരിച്ചു. ജ്യേഷ്ഠൻ പഠിക്കാനായി പട്ട ണത്തിലേക്കു പോയിരുന്നതിനാൽ അമ്മയെ സമാധാനിപ്പിച്ചത് വ്ളാഡിമിർ ആയിരുന്നു. വിപ്ലവകാരി മറ്റുള്ളവരെ ആശ്വസിപ്പി ക്കണം.

ഏറ്റവും വലിയൊരടി വ്ളാഡിമിറിനു കിട്ടി. ജ്യേഷ്ഠനായ അലക്സാണ്ടറെ തൂക്കിക്കൊന്നു: സാർചക്രവർത്തിയെ കൊല്ലാൻ ശ്രമിച്ചു എന്നതിന്റെ പേരിൽ. വ്ളാഡിമിർ തന്റെ സങ്കടം കടിച്ച മർത്തി. എന്തും സഹിക്കാൻ വിപ്ലവകാരി തയാറാവണം.

ജ്യേഷ്ഠന്റെ ധീരതയെ ബഹുമാനിച്ചു. പക്ഷേ വ്ളാഡിമി റിന് ഒരു സംശയം: "ഇതാണോ ശരിയായ വിപ്ലവമാർഗം?" അല്ലെ ന്നായിരുന്നു വ്ളാഡിമിറിന്റെ അഭിപ്രായം. ലെനിൻ റഷ്യയുടെ വിപ്ലവമാർഗം എന്തെന്നു കണ്ടുപിടിച്ചു.

മാർക്സിന്റെയും എംഗൽസിന്റെയും കൃതികൾ വ്ളാഡിമിർ വായിച്ചു പഠിച്ചു. വിപ്ലവത്തിന്റെ ശരിയായ വഴി മനസിൽ രൂപം കൊണ്ടിരുന്നു. വിപ്ലവകാരി വായിച്ചു പഠിക്കണം. തൊഴിലാളി കളുമായി ഉറ്റബന്ധം പുലർത്തുകയും ചെയ്തു.

ലെനിന്റെ സ്കൂൾ സർട്ടിഫിക്കറ്റ് ഏറ്റവും നല്ല വിദ്യാർഥിക്കു

ചേർന്നതായിരുന്നു. പഠിപ്പിനുള്ള സ്വർണമെഡൽ ആ കുട്ടിക്കു കിട്ടി. അപ്പോൾ വിപ്ലവകാരി, പഠിക്കാത്തവനല്ല; സ്കൂളിൽ കൃത്യമായി ഹാജരാകത്തവനല്ല. അച്ചടക്കവും കഴിവും സ്വയംപഠനവുംകൊണ്ടാണ് ഒരു വിപ്ലവകാരി വളരുക. സ്വാർഥം വെടിയണം. ഉറച്ച മനസുവേണം. ഉന്നതാദർശങ്ങൾ മുറുകെ പിടിക്കണം. ലെനിന്റെ മാതൃകയെ കഴിയുന്നത്ര എല്ലാ കുട്ടികളും പിന്തുടരണം. ലെനിനെപ്പോലുള്ള വിപ്ലവകാരികളുടെ ജീവിതം നമ്മെ ആവേശംകൊള്ളിക്കുന്നു.

മാർക്സിസം ഒരു മന്ത്രമല്ലെന്നും പ്രവർത്തനത്തിനുള്ള ഒരു വഴികാട്ടിയാണ് അതെന്നും ലെനിൻ പഠിപ്പിക്കുന്നു. പ്രവർത്തനത്തിലിറങ്ങുക. പഠിച്ചു മുന്നേറുക.

www.ingramcontent.com/pod-product-compliance
Lightning Source LLC
Chambersburg PA
CBHW051504140726
47987CB00006B/2882